పొన్నలూరి ద్వి శతక హేమము

Ponnaluri Dwi Sataka Hemamu
200 Poems

పొన్నలూరి
ద్వి శతక హేమము

పొన్నలూరి వెంకట నరసింహ నాగరాజు

Ponnaluri
Dwi Sataka Hemamu

200 Poems

Ponnaluri
Venkata Narasimha Naga Raj

Ponn Raj

PONNNALURI
Tallahassee, FL, 32312, United States

Copyright © 2022 Raj Venkata Ponnaluri.
All rights reserved.

No part of this publication may be reproduced, transmitted, or distributed in any form or by any means, electronic or mechanical, including photocopying, recording, or throigh information storage or retrieving, without permission of the author and publisher, except in case of brief quotations embodied in book reviews and certain other noncommercial uses permitted by copyright law. For permission requests, write to the author and publisher at the email hponnal@yahoo.com.

Library of Congress Control Number: 2022949944

ISBN: 979-8-9869222-3-2 (Paperback)
ISBN: 979-8-9869222-4-9 (Hardback)

Publisher: PONNALURI
All Credits: Ponnaluri

అంకితం

తల్లిదండ్రులు వసుంధర,
వెంకట కృష్ణయ్య గార్లకి,
శ్రీ శిరిడి సాయి నాథునకు,
స్ఫూర్తినిచ్చు శ్రీ వేమన వారికి

Dedication

To my parents Vasundhara and Venkata Krishnaiah, Lord Sai of Shirdi, and the inspirational Sri Vemana.

2-1

చదువు నేర్పె నాకు ఛందమున్ను ప్రకృతి
అణువు యణువు నందు నాటవెలది
చలువ రాతి వెల్గు కలువ తేనెల తెల్గు
పొగడె నాటవెలఁది పొన్నలూరి!

With each thought and word,
nature taught and gave me poesy,
in the form of Aataveladhi;
To sense the radiant glow of marble
and the soft touch of water lily,
and write in the sweet honey-filled Telugu;
He, Ponnaluri, in praise of the poetic damsel!

2-2

రంగుఁ గల్పి జూపు రంగనాథు జగము
రంగు శ్వేతఁ దానె రంగ రంగ
రగులు యగ్నిఁ జలువ రాశులున్ దానెరా
పొగడె నాటవెలఁది పొన్నలూరి!

The Lord mixes colors,
and shows the Universe in its many hues,
While He, Himself is pure radiance,
He is the eruption in the Cosmos, and
He, the soothing softness of the lily;
He, Ponnaluri, in praise of the poetic damsel!

2-3

రుద్ర నామ జపము రుజువుగా జేసినన్
దప్పులన్ని గావు యొప్పులెపుడు
కర్మ ముపసమించు క్రతువు నిష్ఠపరుని
పొగడె నాటవెలఁది పొన్నలూరి!

No matter how perfect the recitation
of scriptures,
our ill deeds do not evaporate;
For, the results of actions are only good
so long as one is resolutely righteous;
He, Ponnaluri, in praise of the poetic damsel!

2-4

తగ్గియున్న మేలు తలలోన యిలలోన
తారసిల్లు మదిని తళుకు బెళుకు
తగ్గియున్న మనసు తరచు హితముఁ జెప్పు
పొగడె నాటవెలఁది పొన్నలూరి!

It is good to be quiet in word and the world,
for, many a thought and temptation strike;
'tis the mind and heart at peace
that absorb and spread divine wisdom;
He, Ponnaluri, in praise of the poetic damsel!

2-5

పద్య సరసు నున్న పదము కలువ విత్తు
తేలి పారి దరిన తేలునెన్ని
నాని మిగులె కొన్ని నాల్కె ముత్తరములన్
పొగడె నాటవెలఁది పొన్నలూరి!

In a lake of poetry, the word is the lily seed;
How many of them make their way
and root themselves to grow?
As only a fraction of poems soak on tongues,
and stay with the generations;
He, Ponnaluri, in praise of the poetic damsel!

2-6

ప్రథిమ యెక్కడుండు పదిలమ్ము కనుదోయి
నీచ యీర్ష దాగు నీల్గు చనుల
వాని బుద్ధి యేమొ వక్రమ్ము మనదోయి
పొగడె నాటవెలఁది పొన్నలూరి!

Where do the wicked and Gods as well live,
but beyond the corners of our eyes?
Where are evil thoughts and jealousy,
but beyond our tainted hearts?
Forget other people's nature,
when we ourselves may be at some fault;
He, Ponnaluri, in praise of the poetic damsel!

2-7

మనిషి మార్పునొందు మార్గ మధ్యము నందు
మలుపుఁ జూసి దెలిసి మసలు కొనుచు
ఓడదారి మార్చు యోడంగి వోలెరా
పొగడె నాటవెలఁది పొన్నలూరి!

A person changes paths on the stroll of life,
observing turns and the walking trajectory
to comply with the circumstances;
As a boatman changes the rolling course,
whensoever the situation demands;
He, Ponnaluri, in praise of the poetic damsel!

2-8

మేడలెన్నొ గట్టు మీసాలు నిలబెట్టు
తీపి రోజులన్ని తేనె పట్టు
జలగ యుడుము పట్టు జగము విడిచి పెట్టు
పొగడె నాటవెలఁది పొన్నలూరి!

One may build many a palace and be
proud of one's achievements,
and take pleasure in honey sweet days;
At some point though, one must let go
the hold on the material world,
for it is akin to the stranglehold of a leech,
or of a monitor lizard;
He, Ponnaluri, in praise of the poetic damsel!

2-9

అడుగు మడుగు లేల అవశాన దశలోన
అడుగకుండ యిచ్చు హరుడు యుండ
అన్ని యిచ్చు వాడె యమృతమ్ము బీజమ్ము
పొగడె నాటవెలఁది పొన్నలూరి!

Why plead and flatter at life's late hour,
when God Himself gives everything,
unasked;
He gives all - the seed of wisdom
and the nectar divine;
He, Ponnaluri, in praise of the poetic damsel!

2-10

ఆరు బయట మాటలారి దేరి దిరుగు
అదుపు యాజ్ఞ మించు యసలు ద్రెంచు
తఱచు గొట్టు ముక్కు తరువు దించినటుల
పొగడె నాటవెలఁది పొన్నలూరి!

Words on the street roam far and wide
with truth cut in half;
As sustained wood pecking
quietly brings down a massive tree;
He, Ponnaluri, in praise of the poetic damsel!

2-11

వినతిఁ జేస్తి వగచి విభుని దయనుఁ గోరి
వివిధ జనుల విరివి విధములెరుగ
విషపు గర్వమణచి విద్య వృద్ధి కొరకు
పొగడె నాటవెలఁది పొన్నలూరి!

With sorrows amid the material world,
I plead with the Almighty to teach me
about people's many ways and living means;
I ask Him to rid me of my arrogance,
and to help me become a good scholar;
He, Ponnaluri, in praise of the poetic damsel!

2-12

కాటి కాపరోడు కాలు శవముఁ జూచి
కరుణ లేని వోలె కట్టె జరిపె
చూచి జూచి వగచి చురక మరచినట్లు
పొగడె నాటవెలఁది పొన్నలూరి!

The worker at the crematorium,
watching the burning pyre,
thrust a log with uncaring finesse;
Overtime, one becomes insensitive
to the scars, strains, and stains;
He, Ponnaluri, in praise of the poetic damsel!

2-13

పెద్ద వార లెవరు పేదరాసులెవరు
గద్దెలున్న నేమి బుద్ధి లేమి
బిచ్చగాడె మేలు భీతిఁ జూపు తఱచు
పొగడె నాటవెలఁది పొన్నలూరి!

Who are the rich, who the paupers?
Who cares about thrones,
when righteousness is amiss?
Who that beggar, so supreme,
for, he cares for his fellow beings;
He, Ponnaluri, in praise of the poetic damsel!

2-14

మాట మాటకొచ్చు మరియొక పద్యమ్ము
మనిషి మంచి కోరు మగ్గు నెన్ని
మల్లె లెన్నియున్న మాలఁ జేరెడివెన్ని
పొగడె నాటవెలఁది పొన్నలూరి!

Each word and thought inspires a new poem,
yet, how many bring forth righteousness?
Many a jasmine out in the garden,
yet how many make it to a garland:
He, Ponnaluri, in praise of the poetic damsel!

2-15

రైతు కంట నీరు రక్తమేర మనకు
కూడు లేక జనుల గూడు చెదరు
పంటలేని వాని మండు గుండియె భూమి
పొగడె నాటవెలఁది పొన్నలూరి!

Tears in a farmer's eyes
are like bloodshed for all of us,
for, lives shatter without food or shelter;
Land that is not tilled is the source of
torn and worn hearts, he grief-stricken;
He, Ponnaluri, in praise of the poetic damsel!

2-16

అర్థమెరిగి వాని యంతరాత్మనెరిగి
ఆదివాసి వాణి యందు బాణి
ఆది శంకరుండు యంత దెలిసి బల్కె
పొగడె నాటవెలఁది పొన్నలూరి!

Recognizing the intent and inner self
of the unkempt man,
and his inner voice, innate tone,
the enlightened Adi Sankara bowed,
and spoke with great respect:
He, Ponnaluri, in praise of the poetic damsel!

2-17

తిమ్మిరిచ్చు తనువు తిమ్మికిన్ బమ్మికిన్
తిరుగకున్న కాలుఁ ద్రిప్పకున్న
తిప్పలిచ్చునటుల తుప్పు తెప్పలకేరు
పొగడె నాటవెలఁది పొన్నలూరి!

Muscle cramps in monkey's limbs,
even to Gods when in mortal veins,
when lazy;
As are the rust and holes in a raft
that sits in still water for a while;
He, Ponnaluri, in praise of the poetic damsel!

2-18
వాడి వేడిగుండు చాడీలు జాడీలు
మందు పాత్ర లోలె మసకబారి
అంతు జిక్కనపుడె యంత భగ్గుమనుర
పొగడె నాటవెలఁది పొన్నలూరి!

Acidic and vitriolic are complaints,
as are the spices in ceramic jars,
and ashen, as hidden landmines;
At the least expected time,
do they explode and wreak havoc;
He, Ponnaluri, in praise of the poetic damsel!

2-19.

మావి పండు రాలి మాడి మారు భువిన
మగ్గి యారి మరల మంచి గింజ
మండు మనిషి మారి మంచి పండి నటుల
పొగడె నాటవెలఁది పొన్నలూరి!

Ripe mangoes fall to the ground,
shrivel, dry, and become fertile seeds;
So does an immature man becoming wise,
when the heart, mind, and soul ripen;
He, Ponnaluri, in praise of the poetic damsel!

2-20

ఏది నదిగ మారు నేది విరినిఁ జేరు
హరుని నీడ వారు హైంద వేరు
వేద సేద్య మిచ్చు విద్యలున్ను నెవరు
పొగడె నాటవెలఁది పొన్నలూరి!

Which stream becomes a river,
who reaches God's abode?
Who, in the shade of God's own tree,
who gave the taproot of human civilization;
Who offered the Vedas, taught cultivation,
who on Earth, the source of education?
He, Ponnaluri, in praise of the poetic damsel!

2-21

విరచితమ్ము వేద విద్యలన్నొ విభుఁడు
విశ్వమంతఁ బంచె విరులు సిరులు
వివరమెరుగ జనుల విరివిగా సృజియించె
పొగడె నాటవెలఁది పొన్నలూరి!

The Almighty measuredly composed the Vedas
and the divine knowledge therein;
He let it blossom, spread, and expand -
wisdom across the Universe's expanse;
And to inform of His creative genius,
He created a trillion living species,
including us humans;
He, Ponnaluri, in praise of the poetic damsel!

2-22

క్రుంగదీయు జనులు భృంగమన్చు పొగడి
కౌరవేయులు నిను గౌరవించి
కోతిమూక కోర్కె కోలాహలుల వీడు
పొగడె నాటవెలఁది పొన్నలూరి!

People praise and call you a bumble bee,
yet these Kauravas silently
bring you down while faking respect;
Please observe and ignore the uproar caused
by these devious and desire-filled bunch;
He, Ponnaluri, in praise of the poetic damsel!

2-23

పూవు లేక గింజ పుడమి నెటుల రాలు
పారిజాతమైన పడతియైన
ఆశ్రయించెడాత్మె యాకృతై వెలయురా
పొగడె నాటవెలఁది పొన్నలూరి!

How can a seed form without a flower,
be it in a divine bloom or in a mother on earth;
As a soul with its divinity,
in search of embryo to become a being;
He, Ponnaluri, in praise of the poetic damsel!

2-24

ఏరునాప గలము వేరు పీక గలము
నదిన యానకట్ట నలుసు గుట్ట
మదిన ముదము మదము మసక మాపగలమ
పొగడె నాటవెలఁది పొన్నలూరి!

We can stop a stream, pull a deep taproot,
hold a river to a dam, and make a pile from dirt;
But can we incinerate sensual affection,
remove arrogance in the heart,
and clear the soot therein?
He, Ponnaluri, in praise of the poetic damsel!

2-25

కలిమి గల్గు వారు కనలేరు బాధలన్
లేశమింతనైన లేని వాని
భిక్షగాని వెతలు బీద లొకరె యెర్గు
పొగడె నాటవెలఁది పొన్నలూరి!

The rich witness neither the trials
nor tribulations of the impoverished,
not an idea, not even a bit;
It is the panhandler who alone knows
the suffering of his poor brethren;
He, Ponnaluri, in praise of the poetic damsel!

2-26

నరులదెందరున్న నన్నయాది కవిగ
తెలుగు నోట నానె తేనె లొల్కె
నవ్య రీతిగల్కె కావ్య భారతముగ
పొగడె నాటవెలఁది పొన్నలూరి!

Many men lived, yet Nannaya's the first
to soak the Telugu tongue in rich honey;
An innovator supreme, he took Vyasa's
Mahabharata and carved the gem in Telugu;
He, Ponnaluri, in praise of the poetic damsel!

2-27

పంచునెవరు ప్రేమ నంచు సీమల దాటి
యెంచకుండ తల్లి పెంచుఁ దండ్రి
పేగు మరచిబోకు పెద్ద గద్దెలనెక్కి
పొగడె నాటవెలఁది పొన్నలూరి!

Who gives unconditional love, beyond bounds?
Mother measures not and nurtures,
father immensely cares;
Never forget the umbilical cord,
no matter how big a position you hold;
He, Ponnaluri, in praise of the poetic damsel!

2-28

సొగసులేల వయసు పొంగ బిడియమేల
సొమ్ములేల పొలములమ్మ నేల
సొలగు తనువు కింత కులుకు సుఖములేల
పొగడె నాటవెలఁది పొన్నలూరి!

Why the glitz and glamour as age advances?
What for the jewels,
why dispose the wealth to fulfil desires?
What for the ostentation and shallow joys
to mortal bodies that can crash any moment;
He, Ponnaluri, in praise of the poetic damsel!

2-29

కంట నీరు గారు కదలని కనులందు
కుంటి వాని జూచి కుములు మనసు
అప్రయత్న స్పర్శ యాది దైవంబిచ్చు
పొగడె నాటవెలఁది పొన్నలూరి!

Tears flow involuntarily from innocent eyes
and the heart incessantly aches
at the sight of the differently-abled;
Involuntary response is God's blessing
to all species, all living beings;
He, Ponnaluri, in praise of the poetic damsel!

2-30

నోట వచ్చువన్ని నూటి పాళ్ళు నిజమా
మనసు మూసి యుంచ మనిషి తరమ
అరిషడమ్ములన్ని యరిగించ సాధ్యమా
పొగడె నాటవెలఁది పొన్నలూరి!

Is everything that is uttered
one hundred percent true?
Is it possible to shut the heart and mind?
Is it even feasible to melt down
all senses to nothingness?
He, Ponnaluri, in praise of the poetic damsel!

2-31

ఉడుకు రక్తమెంతో యుర్రూతలూగించు
ఉన్న సుఖము నునికియుఁ మరిపించు
యూరుకోని మనము యుర్విలో నరకమ్ము
పొగడె నాటవెలఁది పొన్నలూరి!

Limitless excitement runs the blood wild,
simple joys and self-control lost;
A disturbed mind then weaves a living hell
on this very planet while living and breathing;
He, Ponnaluri, in praise of the poetic damsel!

2-32

మట్టినుండె మనిషి మాణిక్యములనొందు
బాగు సేద్య మొందు బాగు జెందు
మట్టి తల్లె మనకు మహిమమ్ము బ్రహ్మమ్ము
పొగడె నాటవెలఁది పొన్నలూరి!

It is from the Earth's womb that
crown jewels are born,
as the priceless rice bowl,
prosperity from Her fertile bosom;
Mother Earth is divine and merciful,
in essence, God's main creation;
He, Ponnaluri, in praise of the poetic damsel!

2-33

కోడి కూత లేపు కోటాను కోట్లను
గోడుఁ సంతసములు గొంతు లోనె
జీవి తీరుఁ దెల్సి జీవించు మహిలోన
పొగడె నాటవెలఁది పొన్నలూరి!

A rooster crows and wakes up all people,
sorrows and joys, in one diction and tone;
Learn to sense and discern the difference,
for a peaceful earthly existence;
He, Ponnaluri, in praise of the poetic damsel!

2-34

కటిక వానిఁ జూచి కాలి గోరువనగ
కాలు కోపగించె గోరు వ్రంగె
గొంతు రోధనల్తో గుండె కరిగి పొంగె
పొగడె నాటవెలఁది పొన్నలూరి!

When a poor man was compared to a toenail,
the leg was upset, the toenail sharply curved;
The throat screamed out of pain,
and the heart joined in desperation;
He, Ponnaluri, in praise of the poetic damsel!

2-35

సర్వమంత తానె నుర్వి తలమునందు
నరులు నారులందు సురుల యందు
బంధు జనులయందు యోధ యోగులయందు
పొగడె నాటవెలఁది పొన్నలూరి!

He is universal, omnipresent;
He is in men and women, and in all demi-gods;
He is in the relations, warriors, and in monks;
Where and in what is He not?
He, Ponnaluri, in praise of the poetic damsel!

2-36

మతము యేది మనిషి గతపు గురుతు యేది
ముడుల గుత్తి లోని మొదలు యేది
మసక తుడిచి మనసు మంచి బరచునేది
పొగడె నాటవెలఁది పొన్నలూరి!

What is faith, what is religion,
what of the past, forgotten long last?
Where is that knot in a mangled lot?
What is it that cleans the soot,
and keeps the conscience clean?
He, Ponnaluri, in praise of the poetic damsel!

2-37

కనుల ముందె సిరులు కనక భూష భువిన
సాన నొరసి చాద చందనమురి
సోదనమ్ము తోడె శోభిల్లునీ జన్మ
పొగడె నాటవెలఁది పొన్నలూరి!

All treasures are right in front of our eyes,
one must grind sandalwood on rock,
for instance, to see its essence;
It is with effort alone that one
achieves what they seek, in this life;
He, Ponnaluri, in praise of the poetic damsel!

2-38

సజ్జనులనుఁ జేరు సహజ రీతి జనులు
శ్వాస లోని ప్రాణ వాయువోలె
శుద్ధ పరచ గోరు బుద్ధాత్ములందరున్
పొగడె నాటవెలఁది పొన్నలూరి!

People naturally gravitate to the learned,
as life source into the living breath;
With a goal to cleanse the soul,
and a view to be pure and righteous;
He, Ponnaluri, in praise of the poetic damsel!

2-39

ఆరు బయటి తరువు నాదరించునెవరు
పొంది రక్ష నీరు పోయునెవరు
ఉపనిషత్తు నేర్చి గురువు మరచు వారు
పొగడె నాటవెలఁది పొన్నలూరి!

Who is respecting the tree in the front yard?
Who is watering it though enjoying its shade?
How can one learn scriptures from
great teachers, yet ignore them?
He, Ponnaluri, in praise of the poetic damsel!

2-40

ఆకలోర్చు వాని అలమటించెడి పేగు
యధిగమించుచుండు యన్ని రుచులు
అంతరాత్మ వగచి యన్ని వదిలినట్లు
పొగడె నాటవెలఁది పొన్నలూరి!

A deeply hungry man's burning intestine
overcomes desire and intense craving;
As a struggling soul slowly and eventually
renounces all things material;
He, Ponnaluri, in praise of the poetic damsel!

2-41

గండ పెండెరమ్ము గండ్ర కవులుగోరు
చిన్మ కవులు గోరు చిత్తశుద్ధి
బిందు తామరమ్ము బిరుదులన్ గోరునా
పొగడె నాటవెలఁది పొన్నలూరి!

A bejeweled anklet is desired by
those apparently accomplished poets,
a wisdom-rich conscience by
the spiritual and intellectual poets;
Does a pure droplet on a lotus leaf
ever seek or need any recognition?
He, Ponnaluri, in praise of the poetic damsel!

2-42

సతుల పతుల మధ్య నతికి ప్రేమలుయున్న
యందు దూరు నెవరు నింద్రుడైన
సందులెన్నియున్న బంధాలు మారునా
పొగడె నాటవెలఁది పొన్నలూరి!

When a husband and his wife strongly bond,
none can interject, intervene, or interrupt;
Many paths and options there may be,
yet, can they lead good relations astray?
He, Ponnaluri, in praise of the poetic damsel!

2-43

తెలుగు మించునేది తెలివితో యోచించ
తేరు వెన్న యున్ను తేనె గాద
తెక్కరమ్ము భాష తెమ్మెరగా వీచు
పొగడె నాటవెలఁది పొన్నలూరి!

Upon pondering, is there a language
that betters Telugu?
As smooth silky butter and pure soft honey;
Entertaining as well,
swift as cool sea breeze;
He, Ponnaluri, in praise of the poetic damsel!!

2-44

మిత్రులున్న జాలు మిడతగా వర్ధిల్ల
తృణము జాలునింత తృప్తి తోడ
వరము వలనె గాద వచ్చి చేరువనుండు
పొగడె నాటవెలఁది పొన్నలూరి!

Joyful with them as a simple grasshopper,
on a blade of grass, an ounce of happiness;
By the boon of God is how they come -
the good, better, and best friends;
He, Ponnaluri, in praise of the poetic damsel!

2-45

తాటి చెట్టునేమి తాత తండ్రి తనయు
లుంచు కాయ బిడ్డ నెంత తడవు
రంగు మార యుద్ధ రంగమునకు బంపు
పొగడె నాటవెలఁది పొన్నలూరి!

No matter who or what - a Palm tree,
    grandparent, father, or offspring,
for how long will they keep a fruit or child?
As colors of fruits change, they are let go,
as are grown children, to life's battlefield;
He, Ponnaluri, in praise of the poetic damsel!

2-46

దాచు గారె బూరె దర్భ గ్రహణమందు
పాండవులను కృష్ణ పావనులను
సృష్టి నిచ్చు కర్త శ్రేయమ్మునిచ్చుయా
పొగడె నాటవెలఁది పొన్నలూరి!

The sacred blades of grass shield
food from the eyes of the eclipse,
As Lord Krishna saved
Pandavas from evil forces;
God, the Creator of nature,
naturally strives to protect the righteous;
He, Ponnaluri, in praise of the poetic damsel!

2-47

తిరుగు బొంగరమ్ము తిరిగి తిరిగి వచ్చు
పుడమి తాకి కరిగి మొనల నరిగి
ఆపు తుదకు మృత్యు యాలకించి యముని
పొగడె నాటవెలఁది పొన్నలూరి!

The gyrating toy top rotates and revolves,
repeatedly touching the Earth,
and its feet grinding down;
Eventually it stops for good,
at the call of the receiving God;
He, Ponnaluri, in praise of the poetic damsel!

2-48

పదవులున్న నాళ్ళు పదుగురుండెద రొగ్గి
పల్లకీలు బోవ పలుకు బుగ్గి
పండ్లు లేని చోటు బండ్లు వదలినట్లు
పొగడె నాటవెలఁది పొన్నలూరి!

With power and influence come people
who listen and agree on everything;
When thrones are gone, so do they,
leaving nothing behind;
As the carrying carts that leave
when the farm is fully empty;
He, Ponnaluri, in praise of the poetic damsel!

2-49

జగము నెదురుకొన్న జనము తప్పుల బట్టు
నిజముఁ బల్క ద్రిప్పి నేల గొట్టు
తిరిగి జెప్పనేని దిప్పలన్ బెట్టయా
పొగడె నాటవెలఁది పొన్నలూరి!

The world criticizes when we question people,
stating the truth makes them reject,
though obvious;
Confronting, for sure,
makes them create more problems;
He, Ponnaluri, in praise of the poetic damsel!

2-50

పెరగలేక గాదు తరువు యొరిగి యుండు
నొదిగియుండు క్రింది పొదుగునెరిగి
బీజ వృద్ధి నెరిగి బిరుదు మరచి యుండు
పొగడె నాటవెలఁది పొన్నలూరి!

A tree opts to stay put
not because it cannot grow any further;
It holds it's shade knowing
it may stifle the tiny shrubs below;
It would rather let the offspring grow
than enlarge itself to its full strength;
He, Ponnaluri, in praise of the poetic damsel!

2-51

కడగ వచ్చు ప్రథిమఁ కళగ తళుకు బెళ్కు
తిరిగి దిద్ద వచ్చు పలక రాత
మలిన మసక మదిన మాత్రమ్ము చెరుగునా
పొగడె నాటవెలఁది పొన్నలూరి!

One can shine a metal idol to perfection,
one can wipe and re-write on a slate;
Can one clean the soot in one's own mind?
He, Ponnaluri, in praise of the poetic damsel!

2-52

చుట్టు పక్కలున్న చెట్టు విలువ యెంత
మనుగడిచ్చు వాని మాట యెంత
నీడ దొలగునాడు గోడ పగిలినంత
పొగడె నాటవెలఁది పొన్నలూరి!

What is the value of nearby trees and herbs?
What of people who enlighten and enrich us?
We all will know when we loose
our only shelter and are left without shade;
He, Ponnaluri, in praise of the poetic damsel!

2-53

తనువు పైన ధ్యాస మనువు పై లేదాయె
తరుగు తీపి చెఱకు యెరుగదాయె
పిప్పి బెరుగ కొలిమి బిల్చి దెగ్గరగాయె
పొగడె నాటవెలఁది పొన్నలూరి!

Why the focus on mortal body,
and not on the loving spouse?
Does one know that even a sugarcane
forgets that it is loosing its own sweetness?
As it looses the inner core and turns fiber,
the incinerator accosts, invites, and awaits;
He, Ponnaluri, in praise of the poetic damsel!

2-54

ఇసుక రేణువులను లెక్క పెట్టగలమా
ఇంతి ప్రేమఁ కొలత లేయగలమ
ఇంటి బరువు పనులు యింతింత మాత్రమా
పొగడె నాటవెలఁది పొన్నలూరి!

Can we count the grains of sand
on an ocean floor?
Can we measure the love of a wife?
Can we ever weigh the burdens
of her household;
He, Ponnaluri, in praise of the poetic damsel!

2-55

దీర్ఘ కాయ జీవి ధీరుగ నగుపించు
కర్మ కష్టమోర్చి కాయమొంచి
నిగ్రహించి మనసు నిలువ నీడలనెంచు
పొగడె నాటవెలఁది పొన్నలూరి!

An able-bodied person looks strong,
having worked hard and seen hardships,
and applying himself to work;
He also keeps his mind in control
and walks with confidence;
He, Ponnaluri, in praise of the poetic damsel!

2-56

కోర దీయ వచ్చు క్రూర విషము నెట్లు
సంఘమొదల వచ్చు సర్వమెట్లు
ఇల్లు వదల వచ్చు యింటి గొడవలెట్లు
పొగడె నాటవెలఁది పొన్నలూరి!

One can remove fangs, how about venom?
One can leave the society,
how about relinquishing everything?
One can ignore the house,
how about the matters of the household?
He, Ponnaluri, in praise of the poetic damsel!

2-57

నిండి యున్న కుండ నిక్కముగానుండు
కదల కుండగుండు బెదరకుండు
ఎండ నీట నుండు నెట్లైన యుండురా
పొగడె నాటవెలఁది పొన్నలూరి!

A pot filled with water is stable,
it moves not, brims with confidence,
and fears nothing;
It can survive in rain or intense heat,
for that matter, in anything;
He, Ponnaluri, in praise of the poetic damsel!

2-58

కలుపు మొక్క పెరుగు కను కొసలన్దాగి
యదుపు మీరకుండ యణిగి మణిగి
దుర్జనుణుని వోలె దుప్పట్లొ బల్లెమై
పొగడె నాటవెలఁది పొన్నలూరి!

A weed grows underneath the corner of eyes,
without grabbing attention and in silence;
As an evil man holding a mace,
right underneath your blanket;
He, Ponnaluri, in praise of the poetic damsel!

2-59

విద్యలొసగు విభుడు వినయమ్ము శీలమ్ము
విదుర నీతి విలువ వినెడి రీతి
ధన్యవాద గుణముఁ ధర్మ కార్యములను
పొగడె నాటవెలఁది పొన్నలూరి!

The Almighty is the source
of education, humility, and modesty;
He, the source of the inherent truth
that nature is, and of the ability to discern;
And of philanthropy and righteousness as well;
He, Ponnaluri, in praise of the poetic damsel!

2-60

వృక్షమట్టు పుడమి భక్షించు వరదలన్
ధైర్యవంతుడాపు వైర్యములను
యుక్త కృష్ణుడేగ యోగ్యులన్ రక్షించె
పొగడె నాటవెలఁది పొన్నలూరి!

Land that is locked by trees
controls floods and prevents erosion;
as the courageous stop enmities
and build bridges;
It is the wise Krishna and His kindness
that saved the worthy and enlightened them;
He, Ponnaluri, in praise of the poetic damsel!

2-61

ఛందమెంచు గణముఁ ఛాందసమ్మ్రను యైన
చాది దిద్దు గురువు చాకిరైన
తండ్రి ఛాందసమును తలరాత కొరకెరా
పొగడె నాటవెలఁది పొన్నలూరి!

Poesy counts syllables though ritualistic,
as some may feel;
A teacher routinely corrects though
frustrating, as some students may feel;
A parent's continuous repetition as well,
for your life to strike a better deal;
He, Ponnaluri, in praise of the poetic damsel!

2-62

పద్యమోలెనున్న పదుగురుండ్రు చదువు
పలుకు మధురమైన మరియు మరియి
బాగు భావమున్న బారులు దీర్తురు
పొగడె నాటవెలఁది పొన్నలూరి!

When it reads like poetry, many people read,
if the message is pure, again and again;
If the meaning and expression are apt,
they form a queue, yet again;
He, Ponnaluri, in praise of the poetic damsel!

2-63

ప్రేమఁ జూపు వాని ప్రేమించు పలుమార్లు
చీదరించు వాని నీడ వీడు
చెరువులేర్ల కడనె చెట్లు చీమలు జేరు
పొగడె నాటవెలఁది పొన్నలూరి!

Love only that person who loves you,
run away from the one who ill-treats;
Plants, ants, and all species
approach lakes and streams,
for they give all the love they have;
He, Ponnaluri, in praise of the poetic damsel!

2-64

మనసు చక్కగున్న మదియందు ముదముండు
మట్టి తనువుకేగ మనసు కేమి
మదము హెచ్చెనేని మనిషంత మట్టౌర
పొగడె నాటవెలఁది పొన్నలూరి!

When the conscience is clear,
the mind is blissful,
it matters not if body is unkempt;
It is, though, when arrogance peaks,
that man is filled with filth and dirt;
He, Ponnaluri, in praise of the poetic damsel!

2-65

చెడ్డ గుణము బట్టు చెదల వోలె తృటిన
లొంగదీసి బెట్టు లోన లోన
మంచి మాత్రమెపుడు మందిఁ వృద్ధిపరచు
పొగడె నాటవెలఁది పొన్నలూరి!

Bad habits infest, as termites do,
they control and bring people down;
Goodness though makes them grow
to their fullest potential;
He, Ponnaluri, in praise of the poetic damsel!

2-66

ధైవమిచ్చు విరులు ధైవ పథము జేరు
తనయుకిచ్చు ప్రేమ తలన కొరివి
ఆత్మయిచ్చు జ్ఞప్తి యాత్మ తోడనె బోవు
పొగడె నాటవెలఁది పొన్నలూరి!

The flora that God gives return to His feet,
the love to a child returns
to the parent on pyre;
So the memory to the soul that brings it;
He, Ponnaluri, in praise of the poetic damsel!

2-67

ఎరువు యధికమైన కరువు సెగలు పారు
పెరుగు ప్రేమ విరుగు మరుగు పాలు
యందు వలన నేర్పె యమ్మమ్మ లంకణం
పొగడె నాటవెలఁది పొన్నలూరి!

Excess fertilizer kills, akin to a drought;
Excess love too, as in curdled milk;
Hence, the grandmother taught to practice
occasional fasting and self-control;
He, Ponnaluri, in praise of the poetic damsel!

2-68

దుడుకు మాట చెడుర చెడు కార్యములకన్న
పొదుపు మాట సుఖము పొందు మనము
చేదు మాట మదినఁ జేరు పురుగు లోన
పొగడె నాటవెలఁది పొన్నలూరి!

Terse words are worse than bad deeds;
Fewer words keep us happy, calm, and collected;
Bitter and vitriol drills into the mind
as a worm deep down;
He, Ponnaluri, in praise of the poetic damsel!

2-69

అందలముల వారి కందత్వముండేమొ
చూసి జూడకుండు జూపు యున్న
కూలి మాత్రమెపుడు కునుకు దీయకనుండు
పొగడె నాటవెలఁది పొన్నలూరి!

Some rich people may be blind by default,
they see everything, but pretend not to;
It is the poor and hardworking
who see everything as night owls;
He, Ponnaluri, in praise of the poetic damsel!

2-70

మంచి గురువు వచ్చి మందలించను వచ్చు
నారదీయ వచ్చు నారు బయట
మంది మధ్య కీర్తి మహిలోన గురుతుకున్
పొగడె నాటవెలఁది పొన్నలూరి!

Good teachers are entitled to critique,
they can enquire, no matter where,
including in your front yard;
This is all meant to help you
and to gain recognition among people;
He, Ponnaluri, in praise of the poetic damsel!

2-71

కొరకరాని కొయ్య కొరగాని కార్యమున్
పదును లేని కత్తి పచ్చి కొలిమి
తీరమేగలేని తెరచాపలేలరా
పొగడె నాటవెలఁది పొన్నలూరి!

Wood that can't be carpentered,
work that is worthless,
a knife that is blunt, a kiln that is cold,
a sail that can't get you to destination,
what worth are they?
He, Ponnaluri, in praise of the poetic damsel!

2-72

పచ్చి చింత పులుసుఁ పలు మార్లు తిన్ననూ
నోట నూరు చుండు నూతి వోలె
చింత మదినఁ జేరి చిరకాలమున్నట్లు
పొగడె నాటవెలఁది పొన్నలూరి!

Raw tamarind soup salivates and lingers,
no matter how many times we consume it;
As mental worries repeatedly reappear;
He, Ponnaluri, in praise of the poetic damsel!

2-73

కాలకుండగుండు కాగడాలేలరా
చెదురుమదురు ప్రేలు చిచ్చుబుడ్లు
కాస్త గాడ్పుఁ గాలు కాగితములె మేలు
పొగడె నాటవెలఁది పొన్నలూరి!

What worth are torches that don't light up,
how about flowerpots that don't sparkle?
Those shreds of paper are in fact better,
for, they burn at least a bit, albeit;
He, Ponnaluri, in praise of the poetic damsel!

2-74

కవికి చాలునింత కథల నీతుల ముంత
నిదుట పగటి వేళ నింతనింత
పాద పదము గణము పద్యమ్ము ముత్యమ్ము
పొగడె నాటవెలఁది పొన్నలూరి!

A poet is satisfied with a honey pot
of stories on righteousness,
quenching thirst day and night;
Verses, words, and syllables, pearls poems-full;
He, Ponnaluri, in praise of the poetic damsel!

2-75

కలిమి లేములన్ని కలకాలముండునా
యెండమావులుండు నెంత తడవు
బాధఁ ముంచు ధూళి బాట నడుమఁ బోవు
పొగడె నాటవెలఁది పొన్నలూరి!

Will prosperity and poverty linger forever?
For how long do the mirages last?
The dust kicked up by life's tribulations
lasts only so long, and settles along the stroll;
He, Ponnaluri, in praise of the poetic damsel!

2-76

వినయ గౌరవములు విద్యలెటులనబ్బు
తల్లిఁ దండ్రి గురుల దరిన దక్క
వేదమెంత చదువు విధుల నిధులు వారె
పొగడె నాటవెలఁది పొన్నలూరి!

Who teaches modesty and gratitude best,
other than parents and teachers?
No matter how many scriptures we read,
they are our treasure troves in all respects;
He, Ponnaluri, in praise of the poetic damsel!

2-77

కరము దానమిచ్చుఁ గనులు జూపు కరుణ
పాదమెక్కు గిరులు పర్వతములు
ఇచ్చి జూసి యెక్కి యీశ్వరున్యెరుగయా
పొగడె నాటవెలఁది పొన్నలూరి!

Hands are for giving, eyes to show kindness,
feet to climb hill slopes, towards holiness;
Seeing, giving, and climbing are all meant
to experience Godliness;
He, Ponnaluri, in praise of the poetic damsel!

2-78

దివ్య కాంతి గలదు దిక్కులన్ యంతటన్
దివ్య జ్యోతి వెలుగుఁ దివినఁ భువినఁ
దేహమందు నాత్మ దేదీప్యమైనట్లు
పొగడె నాటవెలఁది పొన్నలూరి!

Heavenly radiance pervades in all directions,
God's infinite light in skies, land, and ether;
As the body filled with energy,
we call the inner self, the soul;
He, Ponnaluri, in praise of the poetic damsel!

2-79

పీల్చి వదలు గాలి బీల్కె వలెనెఁ జీలు
జీవమూగి పోవు జీర్ణమగుచు
బతుకు నెరగనోడె బెదరి జెదరి బోవు
పొగడె నాటవెలఁది పొన్నలూరి!

The air we breathe escapes in shreds,
our lives end, and flesh decays;
It is one who does understand life
that is scared, disturbed, and distracted;
He, Ponnaluri, in praise of the poetic damsel!

2-80

ఎడమ చేయి పనులు కుడిచేతికేలరా
చేయు మంచి పనులు చెప్పనేల
చెప్పకుండగిచ్చు చిల్లరైనను మేలు
పొగడె నాటవెలఁది పొన్నలూరి!

Why need the left hand know
what the right gives?
Why advertise to the world of good deeds?
Anonymous goodness is in fact rich,
even if chump change;
He, Ponnaluri, in praise of the poetic damsel!

2-81

కామ క్రోధములుర కాల నాగు విషము
లోభ మోహములును లోనఁ దాగు
కోర్కె సర్పమోలె కుబుసమొదలి బాకు
పొగడె నాటవెలఁది పొన్నలూరి!

Lust and resentment are like
the venom of a black cobra,
with greed and sensuality hidden deep within;
Desire often regenerates, as a serpent
that sheds and regrows its own skin;
He, Ponnaluri, in praise of the poetic damsel!!

2-82

ఉన్నతాశయమ్ములూరుఁ బాగు బరచు
నున్నవాడు యున్ను నూడ్చు వాడు
పేద వాని వలన పెద్దవారలు గూడ
పొగడె నాటవెలఁది పొన్నలూరి!

Great aspirations make societies greater,
when aided by the landlord and the sweeper;
In fact, the rich due to the care of the poor;
He, Ponnaluri, in praise of the poetic damsel!

2-83

కనులు జూపు క్రోధ కరుణ రసములను
గొంతు బల్కు శాంతి ఘోష భాష
ఇంద్రియముల మర్మమిరు విధములగుండు
పొగడె నాటవెలఁది పొన్నలూరి!

Eyes show both compassion and resentment;
Voice conveys both peace and frustration;
God's secret is to make available both options
to all senses, and to let people choose;
He, Ponnaluri, in praise of the poetic damsel!

2-84

నీరుఁ దాకి గింజ నిక్కముగ నిలచు
నివురుఁ దాకి గాలి నిప్పుఁ జూపు
నిజముఁ దాకి ప్రేమ నీరు కన్నుల నింపు
పొగడె నాటవెలఁది పొన్నలూరి!

Water, with its touch, sprouts a seed;
Air, with its gentle breeze,
blows the shroud off smoldering coal;
Truth touches a heart filled with love,
and wells up the tears;
He, Ponnaluri, in praise of the poetic damsel!

2-85

దీర్ఘ వాదమేల ధీర ధనుల జెంత
పరుల జెంతఁ గొంత పలవరింత
మాట నిగ్రహించ మనుజు సుఖుడనంత
పొగడె నాటవెలఁది పొన్నలూరి!

Why prolong debates and discussions
in the presence of rich and accomplished?
Why prattle with people, although a bit;
A person in control of speech alone is
in full control of himself, and hence blissful;
He, Ponnaluri, in praise of the poetic damsel!

2-86

సుగుణ ధనమునిచ్చు సుందరేశుడొకడె
ఎవరు నేర్పనేని జెప్పనేని
మనసు కోరినంతె మనమందుఁ జేరయా
పొగడె నాటవెలఁది పొన్నలూరి!

A moral way of life is offered by the Lord,
not the mortals who may be able to teach;
Eventually, it is unto you and me,
as to how much and what we want to take;
He, Ponnaluri, in praise of the poetic damsel!

2-87

ఆకలోర్చుకొనెడి యాచించు భిక్షువు
ఆరు బయట నిలచి యాశయించు
అంత యోచనేల కొంతైన బంచరా
పొగడె నాటవెలఁది పొన్నలూరి!

To rid his hunger, the pauper pleads,
expecting and panhandling in your front yard;
Why such deep thought and predilection,
why not share a part of what you have?
He, Ponnaluri, in praise of the poetic damsel!

2-88

అస్తమించి తనువు యస్థికలుగమారు
యోగులందు యున్న భోగులందు
ఆచరించు గుణమె యాత్మ యందు మిగులు
పొగడె నాటవెలఁది పొన్నలూరి!

A mortal being transforms to a heap of bones,
regardless of monks or material-men;
The cultivated behaviors, on the other hand,
distill and remain in the departed soul;
He, Ponnaluri, in praise of the poetic damsel!

2-89

తండ్రియుండు నాడు తనయుడెరుగబోడు
పోవునాడు నేడ్చు పొగల పొగిలి
బతికి యున్న నాడె బాగోగులెంచయా
పొగడె నాటవెలఁది పొన్నలూరి!

A son may not have discovered his father
when the latter was alive,
but then, he weeps amid the billows
from the cremation pyre;
How about caring and sharing
while all is well, simple, and normal?
He, Ponnaluri, in praise of the poetic damsel!

2-90

తల్లి దండ్రి ఋణము తనయుడెటుల దీర్చు
తలన కొరివి గాదు దలచి కుమిలి
సేవఁ జేర్చి ప్రేమ సేయ ధరణి యందె
పొగడె నాటవెలఁది పొన్నలూరి!

How can progeny repay
for the sacrifices of parents?
Not by lightning the cremation pyre,
nor by weeping, or mere recollection;
It is through service alone
while they are live and alive on this planet;
He, Ponnaluri, in praise of the poetic damsel!

2-91

నెలననొక్క నాడు నెల రేడు కనరాడు
దినకరుండు వచ్చు దినము దినము
రీతులిరువు మార్చి ఋతువులన్ స్పందించు
పొగడె నాటవెలఁది పొన్నలూరి!

The moon is invisible once a month,
the Sun is perennial;
Their paths are defined and different, yet,
their diversions cause seasons, all creation;
He, Ponnaluri, in praise of the poetic damsel!

2-92

సంతసమ్ము గలద సంతలో నింతిలో
సమసిపోవు గదర సరిగజూడ
సంపదేమి దెచ్చు సౌఖ్యమేమి యిలలో
పొగడె నాటవెలఁది పొన్నలూరి!

Is there joy on streets or in lady's company?
All things eventually wear out
when closely observed;
What joys do riches give, what is happiness,
in this crazy, material world?
He, Ponnaluri, in praise of the poetic damsel!

2-93

అడవి జూపదెపుడు యంతర భావమ్ము
తరువు మ్రొక్క మాను సరియు సమము
విస్తరించి బంచు వృష్టి విరి విధమ్ము
పొగడె నాటవెలఁది పొన్నలూరి!!

A forest shows no disparity, between
a tiny sapling or a massive tree;
It spreads with an open heart
by inviting the pouring rain
and blossoms of many kind;
He, Ponnaluri, in praise of the poetic damsel!

2-94

దీర్ఘ కాలమందు ధీరులున్ వీరులున్
రెండు రకములౌరు రేయి పగలు
శాంత మూర్తు లొకరు ప్రేతాత్మలొకరురా
పొగడె నాటవెలఁది పొన్నలూరి!

The courageous and the accomplished,
over time, turn into two types - day and night;
Some become savants with peace and joy,
others the haunting demons - day and night;
He, Ponnaluri, in praise of the poetic damsel!

2-95

నివురు లోన దాగు నిప్పు తేజ గుణము
మేఘమిందనమ్ము మెరుపు తీగ
మనుజ మృగములందు మర్మమాత్మగ దాగు
పొగడె నాటవెలఁది పొన్నలూరి!

Hidden within the embers is the
immense heat of burning coal,
hidden within a cloud,
immense energy, fuel, lightning roll;
Hidden in all creatures
is a secret called the soothing soul;
He, Ponnaluri, in praise of the poetic damsel!

2-96

నీరు లేని బావి నీతి నేర్పని విద్య
చెదురు మదురు ప్రేమ బెదురు జీవి
ఋణము మరచు మనిషి రిక్త హస్తములేల
పొగడె నాటవెలఁది పొన్నలూరి!

A waterless well, education without morals,
sporadic love, a fearful being,
the ungrateful and the insolvent -
what worth are any of these?
He, Ponnaluri, in praise of the poetic damsel!

2-97

గండు చీమ బ్రాకు గట్టు మెట్టులయందు
నడచు త్రోవ బ్రక్క నరుల ముందు
రాజనీతిఁ బల్కు రాక్షసాదుల వోలె
పొగడె నాటవెలఁది పొన్నలూరి!

A fire ant treads in crevices of stone paths,
strolling among men and their footpaths;
Ready to hurt as spoiled politicians
who chose to walk the wrong paths;
He, Ponnaluri, in praise of the poetic damsel!

2-98

జీవులందు ప్రేమ జీర్ణమై బోవుఁరా
తల్లి దండ్రులందు తరుగ బోదు
కండ్లు నాల్గునెపుడు కాపాడుచుండురా
పొగడె నాటవెలఁది పొన్నలూరి!

The love in humans depletes,
but in parents, it does not;
For, their four eyes watch forever
and protect the offspring and their lot;
He, Ponnaluri, in praise of the poetic damsel!

2-99

బావులిచ్చు నీళ్ళు గోవులిచ్చెడి పాలు
సంద్రమందునుప్పు సహజ రీతి
గోళమంత సృష్టి కోటాను కోట్లలో
పొగడె నాటవెలఁది పొన్నలూరి!

The water from wells, milk from cows,
and salt in oceans are natural phenomena;
The Universe is filled with such wonders,
trillions and trillions, over and again;
He, Ponnaluri, in praise of the poetic damsel!

2-100

అందునేల మనసు యిందునున్ యేలరా
యెదన ప్రీతి భీతి యెన్ని నాళ్ళు
మాస వత్సరములు మారు ఋతులఁ గాలి
పొగడె నాటవెలఁది పొన్నలూరి!

Why loose the mind in this and that,
for how much longer yearns this heart
and wallows in love or sorrows of all kind?
Even the months and years turn to ash,
as seasons and reasons unwind;
He, Ponnaluri, in praise of the poetic damsel!

2-101

తీగ కదలినంత డొంకంత కదలురా
గుట్టు బయట పడ్డ గూడు చెదరు
కష్ట సమయమందె కరువు కాటకమిచ్చు
పొగడె నాటవెలఁది పొన్నలూరి!

A ground creeper when raked,
shakes up the settled upper crust,
a deep secret spilled, exposes the house in full;
It is during the already hard times
that a drought casts its spell;
He, Ponnaluri, in praise of the poetic damsel!

2-102

మనసు నెరుగకుండ మమత నెర్గతరమ
మదిన దాగు ప్రేమ మనుజులందు
గుండె విలువ రాతి బండలెట్లు యెరుగు
పొగడె నాటవెలఁది పొన్నలూరి!

Without knowing one's heart,
can one perceive another's affection?
Nor can love be known from within the mind?
How can a heart made of stone
ever know the weight on another?
He, Ponnaluri, in praise of the poetic damsel!

2-103

పల్లకీల నెక్కి చల్లంగ గూర్చుండ
మోయువాడె యెరుగు మోత బాధఁ
తినుచుఁ దిరుగు వాని దించు బరువుయున్ను
పొగడె నాటవెలఁది పొన్నలూరి!

The heavy burden from carrying
the full weight of the rich on the shoulders,
is known only to the poor carrying that load;
The latter alone knows the challenge,
not just to load but to also to unload;
He, Ponnaluri, in praise of the poetic damsel!

2-104

ఉండవచ్చుఁ దాను నుర్వి నాకశమున
నుండునేమొ గిరులు గండ్ల లోన
నుండు మాత్రమతడు గుండెలో నిండుగన్
పొగడె నాటవెలఁది పొన్నలూరి!

He may be on the Earth, up in the sky,
on hill slopes, mountains, and in orifices;
But for sure He is in there, in the hearts
of all creatures, in full;
He, Ponnaluri, in praise of the poetic damsel!

2-105

చీదరించు జనులు చీడ పురుగులేర
యాదరించు మనుజు తేనె తేట
డొల్ల పురుగు కేర యొళ్ళంత విషమంట
పొగడె నాటవెలఁది పొన్నలూరి!

The condescending spill contagious vermin,
the gracious speak with sweetness of honey;
Termites are known to make rich wood hollow;
He, Ponnaluri, in praise of the poetic damsel!

2-106

మట్టియందె దాగు మణులు బీజములును
అండమందునున్న పిండమోలె
వేచియుండునన్ని వెలుగు తేజములకై
పొగడె నాటవెలఁది పొన్నలూరి!

A precious gem and a sprouting seed
lay deep in the Earth's belly,
as an embryo in a mother's womb;
Everything wishes to wake and to shine
as does a living, breathing thing;
He, Ponnaluri, in praise of the poetic damsel!

2-107

తెలివి లేని వారు తలలనూపుచునుండు
తప్పు దెలియకున్న యొప్పు యనుచు
మంచి నేర్పు వారె మరిమరి యోచింత్రు
పొగడె నాటవెలఁది పొన్నలూరి!

The non-intellectual nod their heads
pretending to know, despite being wrong;
It is only the learned
who know to think deeply and intently;
He, Ponnaluri, in praise of the poetic damsel!

2-108

సత్య మార్గమందు సంకోచములు యెన్నొ
దుష్ట బాట యందె దురుసు శైలి
సృష్టి నిలచియుండు అష్ట కష్టములైన
పొగడె నాటవెలఁది పొన్నలూరి!

Many questions and doubts raise
while on the path of righteousness,
while carefree on an immoral path;
Nature, though, stands firm
despite the many obstacles;
He, Ponnaluri, in praise of the poetic damsel!

2-109

తాళమిచ్చెనెవరు మేళనాదములను
పాల సంద్రమును ఖగోళమున్ను
గుండె తృటుల బ్రహ్మ యండమ్మునెవరిచ్చె
పొగడె నాటవెలఁది పొన్నలూరి!

Who gave the beats and rhythm, music divine;
Who gave the Milky Way, the vast expanse?
Who then gave the heart beats,
the infinite Cosmos, and the immense Universe?
He, Ponnaluri, in praise of the poetic damsel!

2-110

తామరాకుఁ దాకి తాకకుండెడి బిందు
మురియు ముత్యమోలె ముదమునుండు
గాలి లోనఁ తుదకు కాల చక్రమెరిగి
పొగడె నాటవెలఁది పొన్నలూరి!

A tiny droplet dances atop a lotus leaf,
as an exulted pearl, with great excitement;
Then to the air it evaporates,
knowing the nature of consignment;
He, Ponnaluri, in praise of the poetic damsel!

2-111

ఒక్క పోటు జాలు నొక్క తరువుఁ ద్రించ
నోరు జార పరువు జారినంత
మాట గొడ్డలోలె మనసులోన దిగుర
పొగడె నాటవెలఁది పొన్నలూరి!

All it takes is one axe's strike
to bring down a tree,
as one's self-respect with a mouth slip;
Terse speech is like that axe,
delivering a deep gash into the conscience;
He, Ponnaluri, in praise of the poetic damsel!

2-112

కొండలెక్కు కోర్కె కోట్లాదులకునుండు
సంధ్య వేళ మునగ సంద్రమందు
లోని యాత్మ దీక్ష లోకులెందరికుండు
పొగడె నాటవెలఁది పొన్నలూరి!

Millions want to walk up the mountains,
many more to dip in oceans at dusk;
Yet how many dedicate themselves
to discovering their own inner selves?
He, Ponnaluri, in praise of the poetic damsel!

2-113

ఒంటిలోనఁ గొంత యొంటరితనమున్నఁ
వంగి బోవుఁ తనువు వంకరగును
గాలి లేక యెండు రాలు కొమ్మల వోలె
పొగడె నాటవెలఁది పొన్నలూరి!

When mental worries afflict,
the body begins to crumble;
As does a tree branch that dries and drops,
bereft of air and winds;
He, Ponnaluri, in praise of the poetic damsel!

2-114

కారణమ్ములెన్ని కలికాలమందున
వైరములును యీర్ష్య వెర్రితనము
జనులఁ ముంచి దేల్చు జగడమ్ములంతటన్
పొగడె నాటవెలఁది పొన్నలూరి!

Many a reason in this epoch of the Kali -
enmities, envy, and eccentricity;
Trials and tribulations, drivers of lunacy,
across the world, no matter where we see;
He, Ponnaluri, in praise of the poetic damsel!

2-115

అన్యులెవరు నీకు యన్యోన్యులెవరయా
ఆరు బయటనేల నాటకములు
ఆలి ప్రేమ మరచి యారాటమేలయా
పొగడె నాటవెలఁది పొన్నలూరి!

Who is a stranger, who is near, dear,
why this drama, crumbling facade?
What worth is it when the wife is ignored,
and getting excited with external pleasures?
He, Ponnaluri, in praise of the poetic damsel!

2-116

కలలు వచ్చి లేప కటిక చీకటిలోన
గురుతుగుండు నవియె గూఢమైన
నిజము యౌను యవియె నివసించ నీలోన
పొగడె నాటవెలఁది పొన్నలూరి!

Those dreams in the dead of night,
can be recalled if deep in the mind;
Some of them turn true,
if in psyche, they gel and bind;
He, Ponnaluri, in praise of the poetic damsel!

2-117

మనిషికేల యింత మాయదారి మదము
పాము వోలెఁ బారు పాప విషముఁ
బాకి దాగు యహము పక్కలో బల్లెమ్ము
పొగడె నాటవెలఁది పొన్నలూరి!

Why is man a creep with much arrogance,
as a slithering snake with his sickening venom;
The essence of arrogance is nothing but
a blunt sword, hidden in the bed;
He, Ponnaluri, in praise of the poetic damsel!

2-118

పూర్వ జన్మ గురుతు పురిటివేళ మరతు
జనుల తోడి జేరి జగమునందు
మరల వచ్చు గురుతు మరణించు తృటులందు
పొగడె నాటవెలఁది పొన్నలూరి!

I forget my past life in the newborn bed,
then mingling with people and their ways;
Later, at the exact moments of death I recall,
what I forgot, once and for all;
He, Ponnaluri, in praise of the poetic damsel!

2-119
చిరుతలకెటులెరుక చిరునామ వనమునన్
ఋషి పురుషులకున్ను ఋతులకున్ను
జీవికెవరు గురుతు జీవాత్మ కెవరయా
పొగడె నాటవెలఁది పొన్నలూరి!

How do the roaming leopards
know their way in a forest,
so has who taught to nature and monks alike?
Who also gave memory to the being,
who to the drifting human soul?
He, Ponnaluri, in praise of the poetic damsel!

2-120

క్షణిక వాంఛ విడువ కంకణమును దాల్చె
ఆటవెలది యాట పాట గట్టి
కలిమి లోని వేమ కఠిక లేమిని గోరె
పొగడె నాటవెలఁది పొన్నలూరి!

Determined to burn all desires
and write in the inimitable Aataveladhi,
Vema let go all riches and became austere;
He, Ponnaluri, in praise of the poetic damsel!

2-121

కుబుసమున్ను పొరల కోమల సర్పమ్ము
పుట్ట జేరు తిరిగి పురము నెరిగి
కొట్టుటేల జనులు కోర్కె పుట్టల నేల
పొగడె నాటవెలఁది పొన్నలూరి!

The gentle snake with its spent skin,
moves among people and quietly retires to its pit;
Given how little it is interested in hurting,
why do people hurt it,
while also seeking boons at its own pit?
He, Ponnaluri, in praise of the poetic damsel!

2-122

గద్యమందునేమి పద్యమందున యున్ను
తీపియొకటె వేరు తీరు యైన
భాష మారెనైన భావమ్ము యొకటెరా
పొగడె నాటవెలఁది పొన్నలూరి!

Not just in prose but in poesy as well,
sweetness is same, though ways different;
Languages also may differ, yet
the meaning, spirit, and content are the same;
He, Ponnaluri, in praise of the poetic damsel!

2-123

కవికి చాలు కలలు కలము కలకలము
ఘనము తేజ గణ శిఖర మకుటము
పదును పదములున్న పాద పద్య రసము
పొగడె నాటవెలఁది పొన్నలూరి!

All a poet needs are dreams and imagination,
yes, a pen, and some confusion,
radiance and wisdom-filled syllables,
crown crescendo;
Clear diction, crystal words, and clean verses
to give a good poem with great essence;
He, Ponnaluri, in praise of the poetic damsel!

2-124

సుఖము సుఖము యన్చు సోకింతుముగదర
ఋణము నెంచి బెంచి గృహము ద్రెంచి
కర్మ కష్టమేర కడకు సంతసముర
పొగడె నాటవెలఁది పొన్నలూరి!

In search of immense joy, we get intense sorrow,
especially when borrowing
and destroying the household;
It is one's hard work, trials, and tribulations,
that in fact give the best bliss and pure joy;
He, Ponnaluri, in praise of the poetic damsel!

2-125

సగమపనిస సనిపమగస యమృత రాగ
వర్షిణి స్వర లోక వరుణ కరుణ
దర్శిని గురుగుహ ప్రదర్శినీ వర్షిణీ
పొగడెనాటవెలది పొన్నలూరి!

The scale of Amrita Varshini
had appeared to Muthuswamy Dikshithar
who presented in his pen, the Guruguha;
The kind rain god then poured
at this creation, invocation, divine inspiration;
He, Ponnaluri, in praise of the poetic damsel!

2-126

కొండ మోయు ముందు బండలన్ మోయరా
మోయి బండ ముందు రాయి రాయి
బద్ధకమును వీడి బ్రతుకు కర్థమునీయి
పొగడె నాటవెలఁది పొన్నలూరి!

Before lifting the mountain, begin lifting rocks,
before the rocks, carry some stones and more;
Regardless, let go laziness,
and give some meaning to life:
He, Ponnaluri, in praise of the poetic damsel!

2-127

జీవితమ్ము నీది జీవుడెవడు యాపు
జీవి నీవె నీదె జీవ గాధ
సర్వ జనుల తోడ సర్వ సుఖములొందు
పొగడె నాటవెలఁది పొన్నలూరి!

This life is yours, who can stop you?
You are a being, you have a unique story;
That said, live with your people,
and live happily hereafter;
He, Ponnaluri, in praise of the poetic damsel!

2-128

సామరస్య గుణము సాధువు లందేన
చాకి రేవు వాడు సాధు కాడ
వాక్కు బ్రహ్మ బోయ వాల్మీకి గాలేద
పొగడె నాటవెలఁది పొన్నలూరి!

Is cordiality meant only for the learned?
Is a dhobi unsuitable to be kind and wise?
Didn't a savage hunter become
the great sage and writer Valmiki?
He, Ponnaluri, in praise of the poetic damsel!

2-129

త్వరిత గతిన రాలు తలలోని నీలాలు
తోలు తిత్తి యున్న తోటి జనులు
ధర్మ కార్యములెర ధనమాత్మన మిగులు
పొగడె నాటవెలఁది పొన్నలూరి!

Overtime, the hairline recedes and drops,
as do these leather bodies and fellow beings;
Past this life, it is our righteousness alone
that returns with the soul, as earned wealth;
He, Ponnaluri, in praise of the poetic damsel!

2-130

ఇచ్చు వాడు విభుడె యిచ్ఛలిచ్ఛలఁ మించి
ఇచ్చి బంపు మనల నిరుకు యిలన
అన్ని సుఖమిలిచ్చి యందు సంకటములన్
పొగడె నాటవెలఁది పొన్నలూరి!

He, the Lord, gives beyond all human wishes,
He sends us to the cramped, yet lovely planet;
He, the giver of all happiness,
and some challenges with it;
He, Ponnaluri, in praise of the poetic damsel!

2-131

ఉర్విలోన గలవు యుపమానములు యెన్నొ
ఉట్టి లోన యూరు నూతి లోన
ఊరకున్న పద్య ముంతలెటుల నిండు
పొగడె నాటవెలఁది పొన్నలూరి!

There are many similes in the world,
as the relishable butter in a hanging pot
and the refreshing water in a well;
What cups and poems will these similes fill,
if left untouched and unexplored?
He, Ponnaluri, in praise of the poetic damsel!

2-132

కొండ లోన దాగు కొన్ని కొన్ని గుహలు
గుండె లోన కొంత గుబులు గుబులు
చీకటింట చిన్న చింద్రములున్నట్లు
పొగడె నాటవెలఁది పొన్నలూరి!

Every mountain has a few hidden caves,
every heart, mysteries and sorrows;
As dark rooms with invisible crevices
and tiny holes;
He, Ponnaluri, in praise of the poetic damsel!

2-133

లోపమేమి లేదు లోన నీలో తనువ
లోనబరచెనేమి లోకులెంత
లోలులేమి యెరుగు నీలోని బాధలన్
పొగడె నాటవెలఁది పొన్నలూరి!

There is nothing wrong with you, aye human,
no matter how low people make you believe;
What do these worldly men know
of your inner struggles, trials, and tribulations;
He, Ponnaluri, in praise of the poetic damsel!

2-134

వచ్చు సమయమొకటి పిచ్చి పంతము బూని
కొంత గరళమదియె గొంతుఁ నాని
మెండు ధైర్యమిచ్చు మెదలకుండగ వాని
పొగడె నాటవెలఁది పొన్నలూరి!

Comes a day when craziness packs strength,
it gets to you and lodges as a poison pill;
It also gives mental strength to the one
who is willing to calmly handle it;
He, Ponnaluri, in praise of the poetic damsel!

2-135

నగవు వెనుక నిజము నలుగు మనసు యెర్గు
తలల బాధ కండ్ల తడులు యెరుగు
తలుపు వెనుక గొడవ తల పోటులెరుగయా
పొగడె నాటవెలఁది పొన్నలూరి!

The truth behind laughs, a broken heart knows,
the worries in the head, the tears know;
The battles behind the doors,
only a beating headache knows;
He, Ponnaluri, in praise of the poetic damsel!

2-136

పేద వానికేమి ప్రేమ యర్హత లేద
గుడిసె గంజి నీరు గుడికి చేద
గుండెలోకటె గాద గొప్ప తోడనె బీద
పొగడె నాటవెలఁది పొన్నలూరి!

Is a poor man not entitled to love?
Is the dish made in a hut
ineligible to be offered in a temple?
All are equal, as hearts beat in unison,
for, who is rich and who is poor?
He, Ponnaluri, in praise of the poetic damsel!

2-137

ఆత్మ యనుకరించు నానాటి జీవినోయ్
పద్మ వ్యూహ శ్రమను పాపములను
మంచి కర్మ దెచ్చు ముందు జన్మములను
పొగడె నాటవెలఁది పొన్నలూరి!

The soul imitates the residue of the past life -
the hard-fought battles, the ill-deeds;
Today's good actions, though,
will lead to better future lives;
He, Ponnaluri, in praise of the poetic damsel!

2-138

ఎవరి కవిత వారికెంతెంతో ముద్దెగా
ఎవరి మాట వారికేర పాట
నిజము యదియె కవిత నిదుర కలనఁ బుట్ట
పొగడె నాటవెలఁది పొన్నలూరి!

Every poet's poem is that poet's love,
every person's speech is his song;
But that poem is genuine, which is born
from midnight sleep, waking dream;
He, Ponnaluri, in praise of the poetic damsel!

2-139

జన్మనెత్తి నిలచి జగముఁ దిరిగి నేను
జలమునీది బీల్చి జలగనైతి
జనుల తోడు జాలు జగదేక యీశ్వరా
పొగడె నాటవెలఁది పొన్నలూరి!

I took birth, crawled, then traveled the world;
Then I became a leech of sort, a sea creature;
Enough of this God!
Get me out of here, the world's landlord;
He, Ponnaluri, in praise of the poetic damsel!

2-140

ఏ కులముర మనది ఆకులమ్ముల మధ్య
శాఖలందు మిన్న శాఖ యేది
వరుణుడంటకుండు వర్ణమ్ము నదియేది
పొగడె నాటవెలఁది పొన్నలూరి!

What religion and sect are yours
among the many out there,
Which leaf is yours amid branches up there?
Now tell me: which particular branch, leaf,
person, or people did nature choose to rain on?
He, Ponnaluri, in praise of the poetic damsel!

2-141

విరులు విచ్చునచటె విరిఁబోఁడి వచ్చినన్
సిరుల తోన యామె కురుల లోన
సుఖము సంతసమ్ము నఖిలమ్ము నంతటన్
పొగడె నాటవెలఁది పొన్నలూరి!

Flowers blossom when a woman arrives,
in her braided hair, riches, beauty shone;
Comfort and happiness come together,
all in unison, all over, everywhere;
He, Ponnaluri, in praise of the poetic damsel!

2-142

దీనుడనుర నేను దిక్కు ధైవమ్మీవు
ఐహికుడను నేర్పు ధైర్యమిమ్ము
ఘనము గుణము మేల్మి మనము సంతసమును
పొగడె నాటవెలఁది పొన్నలూరి!

Directionless I am, but for what you show God;
Scared I am and lonely in this world,
but for the strength you give;
Morals, wisdom, righteousness, and all goodness,
may You please give me Sir;
He, Ponnaluri, in praise of the poetic damsel!

2-143

నీతో వాదమేమి నీతోడ బేరమా
నీదె వాక్కు తండ్రి నీదె గెల్పు
నిఖిల జగతిలోన నిన్ను పోలునెవరు
పొగడె నాటవెలఁది పొన్నలూరి!

Who am I to argue
or bargain with you, my Lord,
Your word prevails, You're the winner;
Who in this Universe and in all eternity
can ever compare with You, dear Father?
He, Ponnaluri, in praise of the poetic damsel!

2-144

ముదము తోడ గట్టు ముడులేర ముఖ్యమ్ము
మూడు గట్టినంత మురిపెమౌన
పట్టు లేని ముడులు పసుపు తాడునకేల
పొగడె నాటవెలఁది పొన్నలూరి!

The knots tied at the wedlock truly matter
when tied with love and devotion;
Does the mere act of tying the three knots
bind the couple to happiness?
Even the best knots loosen
when the man loses grip and gives up;
He, Ponnaluri, in praise of the poetic damsel!

2-145

తలకు గట్టు పాగ తలకొక్కటే గాదు
గడప మావి గాదు తలుపు కొకటె
యిచ్చు భీష్మ ప్రతిన యిష్ట వేళకె గాదు
పొగడె నాటవెలఁది పొన్నలూరి!

The turban is not just to protect the head,
mango leaves not just for the door frame;
A promise made is not just for one moment,
as epitomized by Bhishma, his entire life;
He, Ponnaluri, in praise of the poetic damsel!

2-146

ఆంగ్ల భాష వచ్చి అతిసారములనిచ్చె
ఆంధ్ర జనులకిచ్చె అన్య రుచులు
తప్పు మనదె గాద యుప్పు పప్పుఁ మరువ
పొగడె నాటవెలఁది పొన్నలూరి!

With a foreign taste to the natives,
English may have posed a challenge
to the regional language;
But whose mistake is it
when we forget our own tastes?
He, Ponnaluri, in praise of the poetic damsel!

2-147

దేశ భాషలందు దేదీప్యమై యుండి
దేశ దిమ్మరికిని దేవునికిని
తేనె వెన్న లిచ్చు తెలుగు భాషె గదర
పొగడె నాటవెలఁది పొన్నలూరి!

Of the languages known to me, it is the glorious,
to the common man and likely to the Almighty;
Honey and butter are what it tastes like,
it is Telugu, the best nectar in all nature;
He, Ponnaluri, in praise of the poetic damsel!

2-148

వయసు సంఖ్యె గదర వనమోలె బెరుగురా
వృక్ష విరుల ఛాయ వృద్ధు లోలె
ఊగు పిన్న పెద్ద లూహలాత్మలలోన
పొగడె నాటవెలఁది పొన్నలూరి!

Age is but a number, it grows as a tree;
The elderly, as a forest, provide shade
under that tree, while the young and old sway,
to a wave of their own soulful imaginations;
He, Ponnaluri, in praise of the poetic damsel!

2-149

పిన్న వాని నీడ చిన్న యుదయ ఛాయ
పొంగు మధ్య ఘడియ పొడుగు ఛాయ
పెద్ద వయసు తరుగు సద్దు సంధ్యల ఛాయ
పొగడె నాటవెలఁది పొన్నలూరి!

Shadows of the young are early morning short,
they grow with age, as longest at mid-day;
They then recede as dusk begins to close in;
He, Ponnaluri, in praise of the poetic damsel!

2-150

ఏగి స్వర్గమునకు వెనుదిర్గి జూడగా
గాంచెనింటవారి కండ్ల నీరు
ఎరిగియున్న మనుపె వేదనల్దొలగురా
పొగడె నాటవెలఁది పొన్నలూరి!

As the man headed to the post-mortal land,
he looked back and found his family in tears;
Had he known their love when he were alive,
many tribulations could have been avoided;
He, Ponnaluri, in praise of the poetic damsel!

2-151

వయసు దిరిగి జూడు వాడు జీవితమును
మనసు కరిగి జూడు మరుగు జనుల
చూడ గోరు వాడె జూడు మంచి చెడులు
పొగడె నాటవెలఁది పొన్నలూరి!

Age looks back and sees the shriveling life,
human conscience turns and feels for others;
It is he, who is willing to see, that actually sees,
the good, the bad, and the ugly;
He, Ponnaluri, in praise of the poetic damsel!

2-152

గృహిణి లేని గృహము గృహము లేని పురము
పురము లేని తలము పుడమి యురము
నరుల కేమి సరియె సురులకున్ దైవమ్మొ
పొగడె నాటవెలఁది పొన్నలూరి!

A house without a lady, a village without her,
that village without a proper place,
the place without Earth's feeding breast;
Not just for humans but for angels too -
she, the lady, the mother, true Goddess;
He, Ponnaluri, in praise of the poetic damsel!

2-153

నిశ్చలముగ మనసు నిడివి యంచునఁ దాగు
ఆత్మ తృప్తి లోని యాది విభుని
నరుల మరచి గోరు నగధరునిన్ గోరు
పొగడె నాటవెలఁది పొన్నలూరి!

An unwavering mind rests inches deep
in the conscience, as also
in inner peace, and in Lord's radiance;
It seeks welfare for all people,
as also divine providence;
He, Ponnaluri, in praise of the poetic damsel!

2-154

గొప్పఁ జెప్పు నోరు కొరగాని కరములున్
గుడులఁ మరచు కాలు గ్రుడ్డి కండ్లు
కోపమూగు మనసు కొరకు యెవరు వేచు
పొగడె నాటవెలఁది పొన్నలూరి!

An ostentatious mouth, the worthless hands,
feet that forget temple steps, blind eyes,
an angry mind that uncontrollably shakes;
Say who wants to get closer to them?
He, Ponnaluri, in praise of the poetic damsel!

2-155

ప్రతియు అక్షరమ్ము ప్రత్యక్షమౌనయా
పదము గణము పాద పద్యమున్ను
పలవశించ జేర్చు పరమేశు యొడిలోన
పొగడె నాటవెలఁది పొన్నలూరి!

Every letter appears on its own,
the syllables, words, verses, in poems full;
With devotion when sought,
He let me sit in His lap and helps write;
He, Ponnaluri, in praise of the poetic damsel!

2-156

అందమొకటె జూడు కామవాంఛి యెపుడు
యందె ముణిగి దేలునంధకారి
రోగమిచ్చు క్రిమిర రోధింప జేయురా
పొగడె నాటవెలఁది పొన్నలూరి!

The material seeker only sees sensual beauty,
immersed in pleasures, a blind man he is;
As a germ that carries disease,
he constantly harms and harasses;
He, Ponnaluri, in praise of the poetic damsel!

2-157

మనసు లోనె దాచు మగడు యేలరనింట
మరువకుండ వగచు మగువ మదిన
మాను దాచియుంచ మామిడెటుల పండు
పొగడె నాటవెలఁది పొన్నలూరి!

Who needs a husband who hides his love,
while the wife is immersed in sorrow?
How does a mango tree bloom and bear fruit
when it fights its own innate, inner sense?
He, Ponnaluri, in praise of the poetic damsel!

2-158

సంస్కరణలు యేల స్వంత యిల్లు మరచి
సంఘ సేవ సరియె సరుకులేవి
సంతలంత దిరిగి యింతి కేమిటి దెస్తి
పొగడె నాటవెలఁది పొన్నలూరి!

Why speak reforms when I forget my own home?
Why social service when I forget groceries,
household chores?
What for roaming the streets and purchasing,
when I bring her nothing;
He, Ponnaluri, in praise of the poetic damsel!

2-159

పట్టు కొమ్మ యచటె పదుల పదుల యేండ్లు
విరుగ కుండ బట్టు వేచి యుండు
వాగునందు రక్ష వయసు వృద్ధుల వోలె
పొగడె నాటవెలఁది పొన్నలూరి!

Watch that extending tree branch
which strives to hang in there for decades -
unbroken, awaiting an unknown cause;
Then to save in torrential rain, gushing stream,
as do the elderly who protect their progeny;
He, Ponnaluri, in praise of the poetic damsel!

2-160

అంతరంగమందు అద్దమొకటి యండు
బింబమొకటి సొమ్ము చుంబకమ్ము
కలన జూపి జెప్పు కలత నడతలున్ను
పొగడె నాటవెలఁది పొన్నలూరి!

Within the conscience is a mirror,
a reflection of the soul, and a tool to measure;
In dreams, it presents the inner sense,
and measures the burdens of the inner self;
He, Ponnaluri, in praise of the poetic damsel!

2-161

భూమిలోన గలియు బుద్ధ తామసులును
గాలి లోన వారి ఘనము గుణము
అంతరాత్మ లోననంత వలయముల్ను
పొగడె నాటవెలఁది పొన్నలూరి!

Eventually, all beings righteous or not,
will return to mother Earth,
while their spirits enter the ether;
But the conscience holds a girdle,
to the good and bad that were once felt;
He, Ponnaluri, in praise of the poetic damsel!

2-162

ఉన్న యమ్మ బెట్టు ఉండియున్నను కొంతె
లేనియమ్మ బెట్టు లేశమున్న
పెట్టునపుడె దెల్యు పెద్ద పిన్నలెవరొ
పొగడె నాటవెలఁది పొన్నలూరి!

The rich offer little albeit rich,
the poor offer as much as they could;
While giving is when we can see and know
as to who is poor and who is rich;
He, Ponnaluri, in praise of the poetic damsel!

2-163

కర్మ సమయమందు కావు మనుచు వచ్చు
దైవములను దెచ్చు దీవెనలను
కాటి కడకు వచ్చు కడదాక వచ్చుయా
పొగడె నాటవెలఁది పొన్నలూరి!

With its inimitable 'caw',
she arrives during the death rituals,
and brings Gods, and their holy blessings;
She comes to the cremation,
and stays to the very end;
He, Ponnaluri, in praise of the poetic damsel!

2-164

పట్టు గట్ట చిరుగు బట్ట విలువ దెల్సె
పసిడి తొడిగి పాత పసుపు తాడు
తనువులెన్నొ దాల్చి తాదాత్మ్యమున్దెల్సె
పొగడె నాటవెలఁది పొన్నలూరి!

Wearing lots of silk helped realize
the value of a torn garment;
Wearing lots of gold helped realize
the value of the yellow wedding thread;
Each new life helped realize
the innate beauty of the inner self;
He, Ponnaluri, in praise of the poetic damsel!

2-165

సక్రమముగనున్న సవిరించనేలరా
అక్రమముల జేరి యతకనేల
పుష్కరముల పేర పుణ్య స్నానములేల
పొగడె నాటవెలఁది పొన్నలూరి!

Why straighten if you are already straight,
why join and gang with the erratic?
If we are pure and good, why bathe
in the 12-year flows or expect boons?
He, Ponnaluri, in praise of the poetic damsel!

2-166

దాచి యివ్వ నోడు దాగుడుమూతాడు
పేరు కిచ్చు వాడు పేరుఁ జెక్కు
కోరకుండు వాడె గోప్యమ్ముగా యిచ్చు
పొగడె నాటవెలఁది పొన్నలూరి!

The one who has no will to give
finds a way to play hide and seek;
The one who gives for fame chisels his name;
The true giver with no expectations alone
remains completely anonymous;
He, Ponnaluri, in praise of the poetic damsel!

2-167

అప్రయత్నముగనె యాలసించనివేళ
అడప దడప గాక యన్ని యిన్ని
పక్క నిలచి జెప్పు పరమేశుడొక్కడే
పొగడె నాటవెలఁది పొన్నలూరి!

With no effort nor asking for support,
not at this one, nor at that occasion,
the only One that stays with me
and helps writes is He, He alone;
He, Ponnaluri, in praise of the poetic damsel!

2-168

వేటకెళ్ళు వేళ వెతలుగా యనిపించ
నేమి లాభమందు నేర్పు జెందు
బరువు యెంతనైన బలము క్రియల యందె
పొగడె నాటవెలఁది పొన్నలూరి!

When you feel lethargic and gloomy
on your way to the hunting ground,
what worth is it, what expertise you get?
It does not matter how heavy a load,
for, the strength you get is from work alone;
He, Ponnaluri, in praise of the poetic damsel!

2-169

పద్యమునకు స్ఫూర్తి పాదమొకటి గాద
పాదమునకు కీర్తి పదము నీతి
పదమునకుర ప్రీతి పారవశ్యమె గాద
పొగడె నాటవెలఁది పొన్నలూరి!

Isn't an inspiration to a poem the first verse?
Aren't words with expressed righteousness
the fame of each verse?
Above all, isn't rapture and ecstasy
the root of the word, God's own choice?
He, Ponnaluri, in praise of the poetic damsel!

2-170

గొప్పవాని మాట గోప్యమద్భుతముర
పిచ్చి వాని మాట పిచ్చి యేర
గొప్ప పిచ్చి వాడె యొప్పు యోగియవుర
పొగడె నాటవెలఁది పొన్నలూరి!

An intellectual's words hold deep secrets,
a lunatic's words - innately foolish, abnormal;
Yet an intellectual lunatic is in fact
the best monk that one can find;
He, Ponnaluri, in praise of the poetic damsel!

2-171

తిరుగు మార్గమెంచు తెగలు మనకు యేల
వీరులనుచు తిరుగు వారలేల
చెత్త కూడి పెరుగు చెదల పొదలు యేల
పొగడె నాటవెలఁది పొన్నలూరి!

Why do we need men who turn around,
nor can stand on their word, especially
when they claim to be warriors and protectors;
What worth are the bushes and shrubs
where termites and garbage accumulate?
He, Ponnaluri, in praise of the poetic damsel!

2-172

ఉన్న యమ్మ బెట్టునున్న యమ్మకెనెంతో
లేని యమ్మ యున్ను తాను తాను
లేశమమ్మకు మరి లెక్కించి యెవరెట్టు
పొగడె నాటవెలఁది పొన్నలూరి!

A rich person gifts to another rich person,
a poor person also, to the rich one,
with cloth immeasurable, by her own volition;
But who is observing and gifting
to the underprivileged one?
He, Ponnaluri, in praise of the poetic damsel!

2-173

కష్టమందె గాదు కన్నీరు మున్నీరు
యిష్టమున్న వారుఁ యెదుట బడిన
గతపు గురుతు పుట్టగతులనిచ్చినవారు
పొగడె నాటవెలఁది పొన్నలూరి!

Eyes flow as rivers not just when in sorrow,
but in joy as well, when the loved ones appear;
As when we recall those loved ones,
who gave life, love, and a soothing self;
He, Ponnaluri, in praise of the poetic damsel!

2-174

పూలగుచ్ఛముంచ పూజ సఫలమౌన
రెక్క జార నిజము కోర్కె లౌన
కనుల తోటె జూడ కనక వర్షమ్మౌన
పొగడె నాటవెలఁది పొన్నలూరి!

Will prayers be complete with a bloom at His feet?
Will a petal drop signify the Lord's benediction?
Will a prayer with glances from mortal eyes
yield a material treasure trove?
He, Ponnaluri, in praise of the poetic damsel!

2-175

అరచు వాని మదిన యడియాసలెన్నెన్నొ
విరుగు మనసు వలనె విసుగు యేమొ
కరుణ మంచి మందు కదిలించు నగవేమొ
పొగడె నాటవెలఁది పొన్నలూరి!

A screaming man must have had
many a disappointment,
a broken heart, some clenched frustration;
Kindness is a great medication,
how about touching with love and a good laugh?
He, Ponnaluri, in praise of the poetic damsel!

2-176

భాషకేమి గాదు బాధ యసలె లేదు
శతక కవుల రచనలతికి యున్న
అర్థవంతముండి యంద పద్యములున్న
పొగడె నాటవెలఁది పొన్నలూరి!

Nothing happens to language, not a problem,
so long as poets live and their will to write;
And as long as a poem is righteous
and shines with immense radiance;
He, Ponnaluri, in praise of the poetic damsel!

2-177

క్షణిక వాంఛ మించు క్షణము క్షణములెన్నొ
యుగము లోని కర్మ యుగము యుగము
చేయు క్రియల ఫలము చెరగిపోని కలము
పొగడె నాటవెలఁది పొన్నలూరి!

Temporary temptations far exceed
the transient moments they're known for;
The results of actions from one epoch
last through epochs many more;
The soul of one's work, good and bad,
remains as indelible ink of a poet's pen;
He, Ponnaluri, in praise of the poetic damsel!

2-178

వంట వారు బీల్చు వాసనందె రుచులు
పంట రైతు జీల్చు పైడి చేను
అంతరాత్మ దేల్చునంత సుఖములెన్నొ
పొగడె నాటవెలఁది పొన్నలూరి!

The cook smells and tells the taste of his dish,
the farmer tells the fertility
from just tilling the soil;
The soul can tell the source of all happiness;
He, Ponnaluri, in praise of the poetic damsel!

2-179

పాట పాడి పాడి పరిపక్వతను జెందు
రాగమెంచ గళము రంగరించ
మించునెవరు తనను మిన్నంటు కృషియున్న
పొగడె నాటవెలఁది పొన్నలూరి!

One sings many a time to become perfect,
measuring scales and mixing emotions;
Who can surpass when one works hard
as though reaching the limits of the sky;
He, Ponnaluri, in praise of the poetic damsel!

2-180

తప్పు జేయు వాడు తాగి తిరుగు వాడు
నోరు జారు వాడు కోరు కామి
నీరుగారు వాడుఁ నిజముఁ జెప్పకనుండు
పొగడె నాటవెలఁది పొన్నలూరి!

The errant, the drunkard,
the one who runs his mouth, the deviant,
and the disappointed as well, often lie;
He, Ponnaluri, in praise of the poetic damsel!

2-181

కీర్తి యేల మనకు కీర్తనలేలయా
దయయు క్షమము గుణము దరిన యున్న
సీతఁ దెచ్చి హనుమ స్థిరముగా నిలచెగా
పొగడె నాటవెలఁది పొన్నలూరి!

What for the fame, why the praising lyrics,
when a life of kindness is right by us?
Look at Sri Hanuman, who combined devotion,
skill and ability, and brought Sita home;
He never sought name nor any fame;
He, Ponnaluri, in praise of the poetic damsel!

2-182

మొదటి ప్రాస గదర మధురమ్ము మధురమ్ము
అంత్య ప్రాస యేర యత్యమృతము
ఇరువు ప్రాస జేర యింద్ర పద్య ధనువు
పొగడె నాటవెలఁది పొన్నలూరి!

The taste of the beginning rhyme is delicious,
the end rhyme elevates to divine nectar;
When the two merge, the poem joins heaven
and Earth, and shimmers as does a rainbow;
He, Ponnaluri, in praise of the poetic damsel!

2-183

సమయమునకు వచ్చు సంబంధముల వారు
సహజ జనులు వచ్చు సహజముగను
సుగుణ గుణము తోడ సుకృతములన్ దెచ్చు
పొగడె నాటవెలఁది పొన్నలూరి!

Good relatives arrive when in need
as are normal people with no ill-attitude;
With a good heart,
they bring God's blessings and godliness;
He, Ponnaluri, in praise of the poetic damsel!

2-184

అల్ప గుణము కన్న యర్థించుటే మిన్న
అఱువుకన్న కాలు కరువె మిన్న
మంచి జేయగవుదు మర్యాద రామన్న
పొగడె నాటవెలఁది పొన్నలూరి!

It is better to beg than be a mean rich being;
It is better to live impoverished than to borrow;
It is when you are good that you become good;
Then the world treats you with much respect;
He, Ponnaluri, in praise of the poetic damsel!

2-185

కష్టములను యిచ్చు క్లిష్ట స్థితులఁ దెచ్చు
ఇష్ట దైవములెర స్పష్టముగను
ఆది విభుని జూప యాధ్యాత్మికతనున్న
పొగడె నాటవెలఁది పొన్నలూరి!

He gives hardships and tough situations,
it is God Himself with immense clarity;
He does this to reveal His Almightiness,
and helps walk toward soulfulness;
He, Ponnaluri, in praise of the poetic damsel!

2-186

మాయ జేసి జీవి మర్మమ్ము జెప్పక
మరల జన్మనిచ్చి మరులు గుచ్చి
మాటి మాటికేల మనసు ప్రేమల లీల
పొగడె నాటవెలఁది పొన్నలూరి!

You weave magic and do not reveal life's secrets,
then You give me another life, my Lord,
and subject me to worldly pleasures;
Why repeatedly put me through these
entanglements, these material illusions?
He, Ponnaluri, in praise of the poetic damsel!

2-187

లోని ప్రేమనుంచు లోతు మరువనీకు
లోక జనుల పరుల లోహ రీతి
సహజ నీతి భీతి సహజమ్ముగానెర్గు
పొగడె నాటవెలఁది పొన్నలూరి!

Increase my inner love, my Lord,
without letting me off the inner depths;
Yet, let me know the outside world
and it's people, and their many ways;
May You please help me inculcate
natural goodness and some fear, both I need;
He, Ponnaluri, in praise of the poetic damsel!

2-188

కాగితమ్ము విలువ కాలుచుండెడి వేళ
మసలు నీరు చురుకు మరుగు వేళ
తరుగు తనువు యముడు తారసిల్లెడి వేళ
పొగడె నాటవెలఁది పొన్నలూరి!

A paper's value is known when it incinerates,
the sting of water when it boils;
And the value of life is known
when Yama, the God of Death, arrives;
He, Ponnaluri, in praise of the poetic damsel!

2-189

ఆజ్ఞ మనసుకిచ్చు జిజ్ఞాస గుణములన్
అజ్ఞి తనువుకిచ్చు అంత్య దినము
యజ్ఞ యోగములును యాత్మ తీర్చు ఋణము
పొగడె నాటవెలఁది పొన్నలూరి!

Cognition commands that the mind turn curious,
fire to the body, the end date;
Penance tells and helps the soul
to repay the debts of the world;
He, Ponnaluri, in praise of the poetic damsel!

2-190

నవరసములఁ జూపు నయనమ్ము యొక్కటే
నవ విధముల భక్తి నరుల యుక్తి
నరక మార్గమందు నడవగల్గెడి శక్తి
పొగడె నాటవెలఁది పొన్నలూరి!

The nine arts of the human self
can all be seen in people's eyes,
the nine forms of devotion in human intellect;
They give confidence and strength to walk
the toughest human paths;
He, Ponnaluri, in praise of the poetic damsel!

2-191

అప్పు జేసి తినెడి పప్పు కూడు రుచులు
తగునుటయ్యె నీకు తనివికిన్ని
యెంత బువ్వఁ దిన్న కొంతేర జీర్ణమౌ
పొగడె నాటవెలఁది పొన్నలూరి!

How does it taste when you borrow and eat?
It does not sit well with the body,
when you consume, little or more,
under borrowed conditions;
He, Ponnaluri, in praise of the poetic damsel!

2-192

తెల్లవారు జాము తేట తేనె పదము
తెలుగు తలపులిచ్చు తెలివి తల్లి
ఆది దేవతామె యాధ్యాత్మికతనల్లి
పొగడె నాటవెలఁది పొన్నలూరి!

Early morning brings to me
fresh poesy with immense clarity;
She gives thoughts to write in my mother tongue,
She, Saraswathi, mother of all wisdom;
She, the primordial, She the spiritual ascent;
He, Ponnaluri, in praise of the poetic damsel!

2-193

అన్న దానమేర యరిగి పోవు పగలు
వస్త్రముండు గురుతు వారముండు
కడిగి యిచ్చు భువియె కలకాల బలియెరా
పొగడె నాటవెలఁది పొన్నలూరి!

Food, as a gift, is forgotten in a day;
Clothing donation is remembered for a week;
It is the shelter from elements
that people remember;
Hence, the immortal Bali Chakravarthy;
He, Ponnaluri, in praise of the poetic damsel!

2-194

కండ్లు తాకువన్ని కాంతిలో మాయమౌ
చేతికొచ్చువన్ని చేయి జారు
ఆత్మయొక్కటె పరమాత్మలోనన్ జేరు
పొగడె నాటవెలఁది పొన్నలూరి!

Whatever strikes the eyes
disappears in its own radiance;
As what we earn and comes to hand
gets spent away with the same hand;
Yet, the human self never erodes,
and eventually joins the Supreme Self;
He, Ponnaluri, in praise of the poetic damsel!

2-195

పాము బట్టువాడు పరికి పరికి జూడు
కనుల జూడు వాడు కర్రఁ కెలికి
హాని జేయనోడె హారతిచ్చుచునుండు
పొగడె నాటవెలది పొన్నలూరి!

A snake catcher observes intently
and reads intentionally;
The catcher who sees only with his eyes
keeps poking with a long stick;
It is that catcher who gauges with his heart
that shows compassion and knows
the snake deserves to live;
He, Ponnaluri, in praise of the poetic damsel!

2-196

అమ్మవారు ప్రియము యమ్మవారు భయము
సుఖము దైవమును విసుగున మనము
ఇరువురిచ్చు బలము ధీర్ఘ కాలమునందు
పొగడె నాటవెలఁది పొన్నలూరి!

Goddess is adorable, small pox is not,
She soothes, the latter much stress;
Yet they both offer strength, immunity, and
confidence, over a period of time;
He, Ponnaluri, in praise of the poetic damsel

2-197

మట్టి పాత్ర తిరిగి మట్టి లోన గలియు
తనువు తరువు వనము ధనముయున్న
అటుగ వచ్చువన్ని యిటుగానె పోవయా
పొగడె నాటవెలఁది పొన్నలూరి!

Mud pot and utensils, all return to mud,
bodies, trees, forests and wealth as well;
What comes around goes around, end to end;
He, Ponnaluri, in praise of the poetic damsel!

2-198

తప్పకుండు జేయు తథ్యమ్ము నిత్యమ్ము
కర్మమైన పూజ కార్యమైన
పుణ్యమేర మనకు పురుష సురులకున్ను
పొగడె నాటవెలఁది పొన్నలూరి!

A deed done consistently with true intent,
be it daily prayers or last rites,
is the purest offering
to the departed and to the Almighty,
be it for human souls or to demi-Gods;
He, Ponnaluri, in praise of the poetic damsel!

2-199

తొల్లి శతక రచన మెల్లమెల్లగ జేస్తి
ఈ ద్విశతక త్వరగ నియ్యనెంచి
రాస్తి పొందు బరచి యాస్తిగా నేనెంచి
పొగడె నాటవెలఁది పొన్నలూరి!

I took time to write the first 100 poems,
the, Ponnaluri Eka Sataka Hemamu;
I moved quick with these 200 poems,
the, Ponnaluri Dwi Sataka Hemamu;
I attempted to compose and do well,
as though this were my good possession;
He, Ponnaluri, in praise of the poetic damsel!

2-200

ఈ ద్విశతక రచన యీశ్వర కృపవల్ల
రంగరించి వ్రాస్తి రమ్య మనుచు
మరచి తప్పుఁ జేయ మన్నించు లలితమ్మ
పొగడె నాటవెలఁది పొన్నలూరి!

Oh, Mother of the Universe,
I composed this Dwi Satakam of 200 poems
assuming it is delightful and pleasant;
Forgive me for any mistakes
along the way, oh Mother Lalitha Devi;
He, Ponnaluri, in praise of the poetic damsel!

గుర్తింపు

పొన్నలూరి ఏక శతక హేమమును ఆదరించిన వారికి,
నా హృదయ పూర్వక ధన్యవాదములు.
మీ స్ఫూర్తి వలన ఈ ద్విశతకము సాధ్యమైనది.
ఈ రచనకు మూల కారకులై, పద్యాలను విని, సవిరించి,
సూచనలనిచ్చిన నాకుటుంబ సభ్యులు హేమ, సాధన,
సమీర్లకు; ఈ పద్యాలను సవిరించిన ప్రియాంకా గారికి;
అక్కచెల్లెళ్ళు విజ్జి, శారదలకు;
మరియు ఎందరో మిత్రులకు, నా వందనములు!

Acknowledgment

At the outset, I want to express my heartfelt gratitude to the readers of the Ponnaluri Eka Sataka Hemamu. This Dwi Satakam is made possible due to the encouragement of my dear wife Hema, the erudite daughter Sadhana, the enthusiastic son Sameer, my affectionate sisters Vijji and Sarada, the fixer of errors - Priyanka, and the many great friends. At all times, they were with me.

- Raj V Ponnaluri

Author

Raj Venkata Ponnaluri has a Ph.D. in Transportation Engineering and holds an MBA. He is a Professional Engineer and Project Management Professional.

Raj authored a poetry collection 'Grilled Window,' and co-authored a book on 'Connected and Automated Vehicles.' He enjoys writing Telugu Poetry, as in this Dwi Satakam (200 poems), sequel to the Ponnaluri Eka Sataka Hemamu, composed in the effervescent Aataveladhi.

Raj lives in the United States of America with his wife Hema Gattupalli and their lovely children Sadhana and Sameer.

He dedicates this work to his parents, Shri Venkata Krishnaiah and Vasundhara, and attributes this Satakam to the inspiration of Shri Vemana, and blessings of Lord Sai of Shirdi.

పరిచయము

ఈ ద్వి శతకమును ఆటవెలది పద్య రూపములో రచించిన పొన్నలూరి వెంకట నరసింహ నాగరాజు, తన కుటుంబ సభ్యులు హేమ, సాధన, సమీర్ లతో అమెరికాలో నివసిస్తారు.

శ్రీ పొన్నలూరి ట్రాన్స్పోర్టేషన్ ఇంజినీరింగ్ లో డాక్టరేటు మరియు ఎమ్బీయే పట్టభద్రులు. వీరు ఆంగ్లములో 'గ్రిల్డ్ విండో', మరియు ఇంజినీరింగ్ లో 'కనెక్టెడ్ వెహికల్స్' అంశాల పై పుస్తక రచనలు చేశారు.

పొన్నలూరి, తన తల్లిదండ్రులైన వసుంధర, వెంకట కృష్ణయ్య గార్ల ఆశీస్సులు, వేమన వారి స్ఫూర్తి, మరియు శ్రీ శిరిడి సాయి కృపతో ఈ శతకమును వ్రాశానని చెబుతూ, ఈ తన ప్రథమ శతకాన్ని వారికి అంకితమిస్తున్నారు.

www.ingramcontent.com/pod-product-compliance
Lightning Source LLC
Chambersburg PA
CBHW070741160426
43192CB00009B/1532
9798986922232